മഴമരം പെയ്യുമ്പോൾ

mazhamaram peyyumbol
poems

•

aji rajan

•

first edition
january 2018

•

typesetting & published
chintha publishers, thiruvananthapuram

•

cover
midas

വിതരണം

ദേശാഭിമാനി ബുക്ക് ഹൗസ്

H O തിരുവനന്തപുരം-695 035
phone: 0471-2303026, 6063026
www.chinthapublishers.com
chinthapublishers@gmail.com

ബ്രാഞ്ചുകൾ

ഹെഡ്ഡാഫീസ് ബ്രാഞ്ച് കുന്നുകുഴി • സ്റ്റാച്യു തിരുവനന്തപുരം • കെ എസ് ആർ ടി സി ബസ് സ്റ്റേഷൻ ആലപ്പുഴ • കെ എസ് ആർ ടി സി ബസ് സ്റ്റേഷൻ എറണാകുളം • മച്ചിങ്ങൽ ലെയ്ൻ തൃശൂർ • ഐ ജി റോഡ് കോഴിക്കോട് • മാവൂർ റോഡ് കോഴിക്കോട് • എൻ ജി ഒ യൂണിയൻ ബിൽഡിങ് കണ്ണൂർ • സെൻട്രൽ ബസ് ടെർമിനൽ കോംപ്ലക്സ് താവക്കര കണ്ണൂർ

CO - 2820 / 4554
ISBN - 978-93-86637-90-1

മഴമരം പെയ്യുമ്പോൾ

കവിതകൾ

അജി രാജൻ

ചിന്ത പബ്ലിഷേഴ്സ്
തിരുവനന്തപുരം-695 035

അജി രാജൻ (ഡോ. അജികുമാരി ടി)

1965 ൽ അടൂർ പറക്കോട് പട്ടത്തയ്യത്തു വീട്ടിൽ ജനനം. അച്ഛൻ എം തങ്കപ്പൻ, അമ്മ സി ദേവയാനി. കൊല്ലം എസ് എൻ വിമൻസ് കോളേജ്, പത്തനംതിട്ട കാതോലിക്കേറ്റ് കോളേജ്, തിരുവനന്തപുരം ഗവ. വിമൻസ് കോളേജ്, കേരള സർവ്വകലാശാലയിലെ ലൈബ്രേറി ആന്റ് ഇൻഫർമേഷൻ സയൻസ് വിഭാഗം എന്നിവിടങ്ങളിൽ പഠനം. ഇപ്പോൾ കേരള സർവ്വകലാശാല ലൈബ്രേറിയിൽ അസിസ്റ്റന്റ് ലൈബ്രേറിയനായി ജോലി ചെയ്യുന്നു. ആനുകാലികങ്ങളിൽ കവിതകളും ലേഖനങ്ങളും എഴുതാറുണ്ട്.

ഭർത്താവ് : ഡോ. രാജൻ കണക്കർ
മകൻ : ബോബി രാജൻ
വിലാസം : കബനി, കെ എസ് റോഡ്
കോവളം പി ഒ, തിരുവനന്തപുരം
rajankanakkar@gmail.com
9447495078

ഉള്ളടക്കം

പ്രസാധകക്കുറിപ്പ്

ഡോ. അജികുമാരി (അജി രാജൻ)യുടെ 27 കവിതകളുടെ സമാഹാരമാണ് *മഴ മരം പെയ്യുമ്പോൾ* എന്ന ഈ പുസ്തകം. പ്രണയവും വിരഹവിഹ്വലതയും ഹൃദയനൊമ്പരവും പ്രണയഭംഗവും ഈ കവിതാസമാഹാരത്തിലെ വിഷയങ്ങളാണ്. പല കവിതകളും ചിന്തയുടെ തത്ത്വവിചാരങ്ങളാണ്.

ശക്തമായ, കരുത്തുറ്റ ചിന്തയും ചോദ്യങ്ങളുമായി അജി രാജൻ കവിതയുടെ ലോകത്തെ സമീപിക്കുകയാണ്. ഈ സമാഹാരം വൻതോതിൽ വായിക്കപ്പെടുകയും വിലയിരുത്തപ്പെടുകയും ചെയ്യുമെന്ന വിശ്വാസത്തോടെ.

ചിന്ത പബ്ലിഷേഴ്സ്

സമർപ്പണം

അക്ഷരങ്ങൾ കൂട്ടിവായിക്കാൻ പഠിപ്പിച്ച്, വായനയുടെയും എഴുത്തിന്റെയും ലോകത്തേക്ക് കൈപിടിച്ചു നടത്തി, എന്റെ ഇരുപതാം വയസ്സിൽ ജീവിതമെന്ന നാൽക്കൂട്ടപ്പെരുവഴിയിൽ എന്നെ തനിച്ചാക്കി മടങ്ങിയ അച്ചാച്ചമ്മയെന്ന എന്റെ മുത്തശ്ശി

ശ്രീമതി. **ലക്ഷ്മിക്കുട്ടിക്ക്.**

മുഖമൊഴി

പലകാലങ്ങളിലായി എഴുതിയ കുറെവരികൾ. ഇവയെ കവിതയെന്നു വിളിക്കാമോ എന്നറിയില്ല. എന്നിലേക്കു നോക്കി നിശ്ശബ്ദം പറഞ്ഞുകൊണ്ടിരുന്ന കുറെവാക്കുകൾ ഈ വരികളായെന്നു മാത്രം. ഇനിയും എഴുതാനാവാതെ എത്രയോ വാക്കുകൾ ഉള്ളിൽ കലപില കൂട്ടുന്നു.

എഴുതിയവയിൽ ചിലതൊക്കെ വാരികകളിലൂടെ വെളിച്ചംകണ്ടു. എല്ലാ കവിതകളും കൂട്ടിവച്ചൊരു പുസ്തകമാക്കണമെന്ന ചിന്ത മുമ്പൊന്നും തോന്നിയിരുന്നില്ല. പലയിടത്തായി ചിതറിക്കിടന്നവയെ ഒരുമിച്ചു കൂട്ടാനും പ്രസിദ്ധീകരിക്കാനും പറയാതെപറഞ്ഞത്, അനുവാദം ചോദിക്കാതെ എന്റെ അക്ഷരങ്ങളിലേക്ക് കടന്നുകയറി യാത്രപോലും പറയാതെ നടന്നകന്ന്, ഏതോ ഭ്രാന്താശുപത്രിയുടെ ഇരുൾമുറികളിലെങ്ങോ ഇന്നുംകഴിയുന്ന ഒരുകുഞ്ഞനുജൻ. എന്റെ കവിതകൾക്ക് ചിത്രം വരച്ചവൻ, എനിക്കെന്നും പുസ്തകങ്ങൾ സമ്മാനിച്ചിരുന്നവൻ, ലഹരിയും ഉന്മാദവും വർദ്ധിച്ച് ഭ്രാന്തിന്റെ ഭ്രമകല്പനകളിലേക്ക് സ്വയം തുഴഞ്ഞുപോയവൻ - അവന്റെ ഫോണിലെ ആദ്യനമ്പറായി ചേച്ചിയെന്നെന്നെ എഴുതി സൂക്ഷിച്ചവൻ. എഴുതിയതും വരച്ചതും പറഞ്ഞതും ഒക്കെ അവന്റെ പ്രജ്ഞയിലെ ഉന്മാദത്തിന്റെ തിരുശേഷിപ്പുകളായി തന്ന് മറഞ്ഞവനെ ഇപ്പോഴെനിക്ക് ഓർക്കാതിരിക്കാനാവില്ല - അവനായി ഞാൻ 'അവനെ'ത്തന്നെയെഴുതി -

കാലങ്ങളായി എന്നോടൊപ്പം നടക്കുന്ന എന്നിലെ പ്രണയം. ആരോടെന്നും എന്തിനോടെന്നും അറിയാതെ ഒരനുഭവം മാത്രമായി എന്നിൽ നിറയുന്ന പ്രണയം. ഞാൻ തിരസ്കരിച്ച പ്രണയവും എന്നെ തിരസ്കരിച്ച പ്രണയവും കൂട്ടി വായിച്ചാലും മുഴുമിക്കാനാവാതെ എന്നിൽ പട

രുന്ന പ്രണയം. ഉപേക്ഷിച്ചിട്ടും പിന്നാലെയണയുന്ന എന്നിലെ പ്രണയത്തിന്റെ ശീലുകൾക്ക് ഒരിക്കൽ പ്രചോദനമായിരുന്ന എന്റെ പ്രണയമാർജ്ജാരം. അതിന്റെ മുരളലും കുറുകലും എന്നിലെ വാക്കുകളും വരികളുമാകുന്നു. പ്രണയത്തിന്റെ ഇന്ദ്രജാലം ഇടയ്ക്കിടെ ചിരിച്ചും ഏറെകരഞ്ഞും ഇന്നുമീലോകത്തെ നേരിടാൻ എന്നെ പഠിപ്പിക്കുമ്പോൾ ഞാനെന്തിനത് എഴുതാതിരിക്കണം.

ഒരുവരിപോലും എഴുതാതിരുന്ന വർഷങ്ങളുടെ ഇടവേളക്കൊടുവിൽ ഇതെഴുതുമ്പോൾ ഓർത്തെടുക്കാൻ കുറെമുഖങ്ങൾ.

അക്ഷരങ്ങളെയെന്നും പ്രോത്സാഹിപ്പിച്ചിരുന്ന ലളിതാ ലെനിൻ എന്ന ടീച്ചർ, *കലാകൗമുദി*യിൽ എന്റെ കവിതകൾ പ്രസിദ്ധീകരിച്ച വി ഡി ശെൽവരാജ്. *സരണി* എന്ന കുഞ്ഞൻ മാസികയിൽ തുടങ്ങിയ സൗഹൃദം ഇന്നും സൂക്ഷിക്കുന്ന സഹപാഠി, അക്ഷരങ്ങളിലൂടെയും ചിന്തകളിലൂടെയും നിശ്ശബ്ദതയിലൂടെയും സ്ഥിരം സംവദിക്കുന്ന, ഡോ. ഐറിസ് കൊയ്‌ലോയെന്ന എന്റെ ഐറിസ് ചേച്ചി, എന്നിലെ ചിന്തകളും അക്ഷരങ്ങളും എന്നെത്തന്നെയും അംഗീകരിക്കുന്ന, ചിലപ്പോഴൊക്കെ വിമർശിക്കുന്ന, മുന്നിൽ വിശാലമായൊരു ലോകമുണ്ടെന്ന് കാട്ടിത്തന്ന, സ്നേഹിച്ചും കലഹിച്ചും ഒരുമിച്ചു ജീവിക്കുന്ന ഡോ. രാജൻ കണക്കർ എന്ന എന്റെ ഇച്ചായൻ, ഇഷ്ടമുള്ളതു പഠിക്കാനും ഇഷ്ടപ്പെട്ടയാളെ വരിക്കാനും നിശ്ശബ്ദസമ്മതം തന്ന അച്ചാച്ചനും അമ്മയും, ഞാനെഴുതുന്ന ഓരോ വാക്കുകൾക്കും കാതോർത്തിരുന്ന ഗിരിജാമ്മയെന്ന എന്റെ ചേച്ചിയമ്മ, അക്ഷരം കൂട്ടിവായിക്കാൻ പഠിപ്പിച്ച, പുരാണകഥകൾ പറഞ്ഞുതന്നിരുന്ന, കവിതകൾ എഴുതാനും ചൊല്ലാനും പഠിപ്പിച്ച അച്ചാച്ചമ്മ എന്നു ഞാൻ വിളിച്ചിരുന്ന എന്റെ മുത്തശ്ശി, അമ്മേയെന്ന് വിളിച്ച്, ഇന്നത്തെക്കാലത്തിലേക്ക് എന്നെ നിരന്തരം പുതുക്കുന്ന ബോബി എന്ന മോനു, എന്റെ അക്ഷരങ്ങൾ, വാക്കുകളായും വരികളായും ഒരുക്കിത്തരുന്ന സുമ എം ആർ എന്ന എന്റെ അനിയത്തി, പിന്നെ കവിത വായിച്ച് പുസ്തകമാക്കണമെന്നു പറഞ്ഞ് തിരക്കുകളിൽ അതൊക്കെ മറന്നുപോയവർ, ഒരുകെട്ട് വെള്ളക്കടലാസ് അയച്ചുതന്ന് ഇനിയുമെഴുതൂ എന്ന് നിർബ്ബന്ധിക്കുന്ന മറ്റുചിലർ, ഈ കവിതകൾ പ്രസിദ്ധീകരിക്കാൻ സന്മനസ്സുകാട്ടിയ ചിന്ത പബ്ലിഷേഴ്സ് ഡോ. ഡി ജയദേവദാസ്, ശ്രീ. കെ ശിവകുമാർ, ഗോപിനാരായണൻ, രാജേഷ് ചിറപ്പാട് എന്നിവർ അവർക്കെല്ലാവർക്കുമായി ഞാനെന്റെ സ്നേഹം വാക്കുകളും വരികളുമായിട്ടെഴുതുന്നു.

പെയ്തൊഴിയാത്ത മഴമരം

ഡോ. ഐറിസ്

പെയ്തൊഴിയാത്ത പ്രണയത്തിൻ മഴമരച്ചാർത്താവുന്നു അജിയുടെ ഇരുപത്തിയേഴ് വാങ്മയങ്ങൾ. പേർത്തും പേർത്തും ചൊല്ലിയുമൊഴിഞ്ഞും വിലപിച്ചും വിങ്ങിയും ഒട്ടൊന്നടങ്ങിയും പിന്നെയും കനം പേറി കടുംമുകിലായ് പെയ്തിട്ടും പെയ്തിട്ടുമൊഴിയാത്ത കണ്ണീർമഴയാണ് പ്രണയിക്ക് ജീവിതം. പ്രണയം മരണത്തിന്റെ ഇളകിയാട്ടമാണ്. ഒടുങ്ങണമെന്നാശിച്ചു പോകും കാമനകളുടെ കളിവീട് തന്നെയാണ് പ്രണയം. പ്രണയം പേറാത്ത ജീവിതങ്ങൾ വന്ധ്യജന്മങ്ങളെപ്പോലെ എന്നു പറയേണ്ടിവരുന്നു. അത്രകണ്ട് പെരുംനോവുകളുടെ ആഴങ്ങളിലേക്ക് നഖരമാഴ്ത്തിതാഴ്ത്തുന്ന പിടയുന്ന വാഴ്വാകുന്നു പ്രണയം.

ഈ വരികൾ ഒരു വിരഹവിഹ്വലതയുടെ പ്രണയസഞ്ചാരങ്ങളാണ്. കാവ്യവഴിത്താരയിലുടനീളം മുള്ളുകളായവ പാദം തുളയ്ക്കുന്നു. തളംകെട്ടുന്ന ചോരനിലങ്ങൾ റൂമി പറയും പോലെ കമിതാവ് ഉടയാടയുയർത്തി ചോരയിൽ കുതിരാതെ കാക്കേണ്ട കടന്നുപോകേണ്ട വിഷാദസ്ഥലികൾതന്നെ.

ഹൃദയനൊമ്പരങ്ങളും പ്രണയഭംഗവും ഉള്ളിൽ പേറുന്നവർക്കും സ്വപ്നപങ്കാളിക്കും കുറ്റമറ്റവനും കടംകേറിയവനും കാമനകളുടെ മഹാഭാരമിറക്കിയവനും ജീവിതത്തിരശ്ശീലയിലും അഭിനയപാഠങ്ങൾ അനുവർത്തിക്കുന്നവനും വേണ്ടി തരാതരംപോലെ മെനഞ്ഞ മുഖപടങ്ങൾ വില്ക്കുന്നവളെ വരച്ചുകാട്ടുകയാണ് 'കരകൗശലം.' എന്നിട്ടും ചോരയും കണ്ണീരും കിനാക്കളുമെല്ലാം 'അറിയാതെ' അവയിൽ പുരണ്ടുപോകുന്നത് 'ഒരിറ്റ് ആത്മാർത്ഥത' ഉള്ളിൽ പേറിയതുകൊണ്ടുമാത്രം. അനുഭവങ്ങളുടെ പകർച്ച ഉള്ളറിഞ്ഞുമാത്രം സാദ്ധ്യമാകുന്നു കവിക്ക്. അതൊരു

ജന്മശാപം പോലെ തുടരുന്നതിനാലാണ് കടലെടുക്കാതെ കവികളിന്നും വാഴ്വിന് തണൽമരങ്ങളാകുന്നത്. ജീവിതസങ്കീർണ്ണതയുടെ വിഹ്വലതകൾ പടരുന്ന മുഖപടക്കുറിപ്പ് കവിയുടെ മനംതൊട്ട മഷിച്ചാലാകുന്നു.

ഓർമ്മകളുടെ പുരാതന പുസ്തകത്തിലെ മയിൽപ്പീലിക്കണ്ണും കുപ്പിവളത്തുണ്ടുകളുടെ മായികച്ചെപ്പും കരുവാളിച്ച പനിനീരിതളുകളും മഷിയുണങ്ങിപ്പടർന്ന് അവ്യക്തമായ കനവുമെല്ലാം സുതാര്യമായ ഭാവഭംഗികൾകൂടിയാണ്. പ്രണയസൗഹൃദങ്ങൾതേടി നീളുന്ന തരളമായൊരു വേരിന്റെ നനുത്ത തുമ്പുമായി കാതങ്ങളലയുന്ന കവിമനസ്സ്. ഒന്നും കാണാതെ, തൊടാതെ, തലോടാതെ കടന്നുപോകാനാവാത്ത ഒരു പെൺമനത്തിന്റെ വെളിപാടുകളായിമാറുന്നു 'പുനർവായന.'

ചിന്തകളുടെ തത്ത്വസഞ്ചാരങ്ങളാണ് 'ആരായിരുന്നു' എന്ന കവിതയിൽ. ജീവൻമശായി കണ്ട പിംഗളകേശിനിയും പിംഗളരൂപിണിയുമായ അതേ മരണദേവത സ്പന്ദതാളങ്ങളിലൂടെ ചുവടുവച്ചെത്തുന്നു. പിറവിയിലെ കത്തുന്ന വെളിച്ചമായി, അറിയാവഴികളിൽ ചൂണ്ടുവിരലേകി വഴിനടത്തിയവനായി, പ്രണയക്കനവിൽ കാണാത്തീരങ്ങളിലൂടെ തോളിലേറ്റിയവനായി, ദാമ്പത്യത്തിൽ തളർച്ചയാറ്റിയവനായി, നഷ്ടതാപനീറ്റലിൽ കുളിർനിലാവായി, ജനിമൃതിപ്പൊരുൾ പങ്കിട്ട് ഈറൻ നിലാവിലെ നിഴലായ് തുണചേർത്ത് ഒടുവിൽ കൈയേല്ക്കേണ്ടവൻ - അതെ, അപരിമേയനും അവ്യാഖ്യേയനുമായ ആ മൃത്യുദേവൻ ജീവൻതന്നെ ജീവിതംതന്നെ എന്ന് തിരിച്ചറിയുകയാണ് കവി. ദാർശനികമായതലങ്ങളിലേക്ക് വളർന്നെത്തുന്ന അന്വേഷണമാണീ കവിത.

'കൺമുനയിൽ കത്തുന്ന ചോദ്യവുമായി' ജീവിക്കേണ്ടിവരുന്ന ഒരുവളുടെ ശക്തമായ പുറപ്പാടാണ് 'ചോദ്യോത്തരം.' ചോദിച്ചുകൊണ്ടേയിരിക്കുന്ന ഒരു മനസ്സിന്റെ അശാന്തിയും അന്ധാളിപ്പും ആരുടെയും ഉറക്കം കെടുത്തില്ല. ഉത്തരങ്ങൾ എന്തുമാകാം എങ്ങനെയുമാകാം എന്ന അനീതിയുടെ പൊയ്മുഖങ്ങൾ ഉറഞ്ഞാടുന്ന ഈ ലോകത്തിൽ ധീരതയോടെ നീതിക്കും നേരിനും വേണ്ടി പോരടിക്കുന്ന ഒരു പെൺമനം ജീവിതത്തെ ഗൗരവമായിക്കണ്ട് ചരിത്രസന്ദർഭമായി അടയാളപ്പെടുത്തുന്നതിന്റെ നേർക്കാഴ്ചയാണീക്കവിത.

'ഒരു ജന്മത്തിന്റെ മുഴുവൻ സത്യങ്ങളും' ചിഹ്നങ്ങൾകൊണ്ട് അടയാളപ്പെടുത്താൻ പോന്നത്ര നിർജ്ജീവമാകുന്നതുകണ്ട് ആത്മാവിഷ്കാരം സാദ്ധ്യമാകാതെ സ്മൃതിനാശത്തിലേക്ക് വഴുതാൻ കൊതിക്കുന്ന അസ്തിത്വവ്യഥയാണ് 'ചിഹ്നങ്ങൾ'ക്ക് പകരാനുള്ളത്.

"കണ്ണകലുമ്പോൾ മനസ്സകലും!
പഴമൊഴി

വാക്കകലുമ്പോൾ പ്രണയവും
പുതുമൊഴി”
എന്നതാണ് ‘പ്രണയത്തിന്റെ നേരുകൾ.’
“കാലാകാലം മനസ്സിലെഴുതി സൂക്ഷിച്ചിടും
വഴിയോരത്തെവിടെയോ
കൈമോശംവന്നൊരു
കൈയെഴുത്തുപ്രതിയായി പ്രണയം”

എന്ന കണ്ടെത്തൽ കൈവഴുതുന്ന പച്ചപ്പുകളെ ഓർക്കുന്ന ആർത്തനാദം തന്നെയാകുന്നു.

ഉലയിലൂതിത്തിളക്കി ഒളിമങ്ങാതെ കാക്കണമെന്നാശിച്ച ഹൃദയം കണ്ണീരാൽ കഴുകവേ വെറും കരിക്കട്ടയായി ഉള്ളംകൈയിൽ തണുത്തു മരവിച്ചത് കാണുന്ന ഉള്ളറിവുകളുടെ കവിതയാണ് ഹൃദയം. ‘സ്നേഹത്തെക്കരുതി നൂറാവൃത്തി ചത്തീടുവാൻ’ കഴിയുന്ന ഒരു കാമിനീ ചിത്തം തുളുമ്പുകയാണിതിൽ.

“നിമിഷവേഗരഥത്തിലെത്തുന്ന”,
“ഒരായുധത്തിനുമൊരറിവിനും
ഒരുവാക്കിനും മുന്നിൽ

പതറാത്ത” സ്വപ്നങ്ങളെ വെള്ളപുതയ്ക്കുന്ന മരണത്തിനായി മാത്രമുള്ള നീണ്ടൊരുകാത്തിരിപ്പാവുന്നു ജീവിതം കവിക്ക് (‘കാത്തിരിപ്പ്’).

“ഒരു പെരുമഴപോലെ
ആർത്തലച്ചും
ചിതറിത്തെറിച്ചും എനിക്കൊന്ന് പൊട്ടിക്കരയണം
ഒരുചാറ്റൽമഴ പോലെ
ഏങ്ങലടികൾ പെയ്തുതോരണം”

ഈ സമാഹാരത്തിലെ ഏറ്റവും സുന്ദരമെന്നെനിക്കു തോന്നിയ ‘മഴമരം പെയ്യുമ്പോൾ’ എന്ന കവിതയിൽ കിനാക്കളുടെ പേമാരിക്കുശേഷവും പെയ്തുതോരാത്ത മഴമരമാകുന്ന കവിമനസ്സിന്റെ നൊമ്പരങ്ങൾ കാണാതെപോക വയ്യ.

കനക്കുന്ന ഇരുട്ടിലൂടെ രാത്രിയെ അറിയുന്ന കവിക്ക് വലിഞ്ഞു നടന്നുമറയുന്ന തെരുവുവേശ്യയുടെ കനവുകളിലേക്കും കരുവാളിപ്പിലേക്കും പരകായപ്രവേശം സാദ്ധ്യമാണ്. കാരണം അവൾ തന്റെ സ്വത്വത്തിനു വെളിയിലല്ലെന്ന തിരിച്ചറിവാണ്. കൂടാതെ,

"ആവർത്തനവിരസമാകും പകലിനെയോരോന്നായി

കീഴടക്കാ"നുള്ളതാണല്ലോ നിരർത്ഥകമാകുന്ന ജീവിതം. അതീവ ഹൃദ്യമായൊരു കവിതയാണ് മാർജ്ജാരം. കവിയുടെ വർണ്ണന ഇങ്ങനെയാണ്. ശാന്തമായ്, കനിവായ്, രൗദ്രമായ് പിന്നെ തീരാവേദനയായ് മഹാഭാരമായ് ഇടനെഞ്ചിൽ നിന്ന് പറിച്ചെടുത്ത് നെടുമ്പാതയോരത്തെ വിജനതയിലേക്ക് കുടഞ്ഞെറിഞ്ഞിട്ടും പിൻകരച്ചിലായ് തേടിയെത്തുകയാണ് പ്രണയമാർജ്ജാരം. നവോന്മേഷശാലിയായ പ്രജ്ഞയിൽ നിന്നു മാത്രമെ തീവ്രാനുഭവത്തിന്റെ സൂക്ഷ്മകണികകളെ ഇങ്ങനെ വാക്കുകളിലേക്കു പകരാനാവൂ.

പ്രണയ-ജീവിതദ്വന്ദ്വത്തിന്റെ നേർക്കാഴ്ച ഓർത്തെടുക്കലിന്റെയും മറഞ്ഞകറ്റലിന്റെയും കാത്തുവെക്കലിന്റെയും കൈവെടിയലിന്റെയുമാകുമ്പോൾ അത് കൺനനവില്ലാതെ കണ്ടുനില്ക്കാനാവുന്നതാണ് പ്രായോഗികതയുടെ നീതിശാസ്ത്രം. ഇന്നിന്റെ ലോകത്ത് വളക്കൂറുള്ളതും ഇതേ പ്രായോഗികതയ്ക്കാണല്ലോ. അതിനാൽ മാത്രമാണല്ലോ നേർക്കാഴ്ചയുള്ളവരെ വിഷാദരോഗം ഈ പ്രായോഗികതയുടെ മറുകരയെത്തിക്കുന്നതും.

എല്ലാ കൊടുക്കൽ വാങ്ങലുകളും വിപണനതന്ത്രങ്ങളും നിറയുന്ന കച്ചവടത്തിന്റെ ഉത്തരാധുനികതയിൽ നഷ്ടങ്ങൾക്ക് നിന്നുകൊടുക്കാത്ത മനസ്സുകളുടെ പലായനങ്ങൾക്കെതിരെ ഉയരുന്ന ചൂണ്ടുവിരലാണ് 'കച്ചവടം.'

നേരിന്റെ പാളങ്ങളിൽ ചുമടമർത്തി യാന്ത്രികമായി നീങ്ങുന്നതാണീ ജീവിതമെങ്കിലും അകക്കണ്ണിൽ പൊള്ളും കനലായും കരിഞ്ഞമരുമിരുട്ടായും ചോരചിന്തുന്ന ദൈന്യചിത്രങ്ങൾ തെളിക്കുകയാണ് 'തീവണ്ടിയാത്ര.'

പനിനീർക്കുരുന്നും വ്രണിതമാതൃത്വവും കുതൂഹലകൗമാരവും ക്ഷുഭിതയൗവനവും കന്യാഹൃദയവും നിസ്വവാർദ്ധക്യവുമൊക്കെ പുറപ്പാടു നടത്തുന്ന വാങ്മയവിരുന്ന് അകക്കണ്ണിന്റെ കാഴ്ചവട്ടങ്ങളെ അസാമാന്യ ശില്പചാതുരിയോടെ അടയാളപ്പെടുത്തുകയാണ് ആ കവിതയിൽ.

"ഒന്നിനൊന്നുമാത്രമല്ലൊരു നൂറർത്ഥങ്ങൾ (അക്ഷരക്കൂട്ടം)" ഉണ്ടാകുന്നത് കണ്ടറിയുന്ന ഇണ്ടലുണ്ട് കവിക്ക്.

"വാക്കിന്റെ വഴിയിൽ മനസ്സും
മനസ്സിന്റെവഴിയിൽവാക്കും
ഒളിച്ചുകളി നടത്തുമ്പോൾ.......
ഏതക്ഷരക്രമത്തിൽ ഞാനെന്നെയെഴുതണം?"

എന്ന ചോദ്യം ജീവിതത്തോട്, ലോകത്തോടു മുഴുവനുമാണ്,

എല്ലാം വ്യവസ്ഥകളിൽ തളയ്ക്കണമെന്ന് വാശിപിടിക്കുന്ന പ്രായോഗിക തയോടാണ്. ഉത്തരമാരും തരില്ലെന്നറിയവേ ചോദ്യം പ്രകൃതിയിലേക്കും പ്രപഞ്ചത്തിലേക്കും എയ്തുവിടുന്നു.

"ഓട്ടവീണ മൺപാത്രം പോലെ
പെട്ടെന്ന് വാർന്നൊഴുകുന്ന ചിന്തകൾ" പകർന്നെടുക്കാൻ ഏതു വാക്കുണരുമെന്ന് (വാക്ക്) കാക്കുകയാണ് കവി.

പ്രണയത്തിനും നേരിനും ഓർമ്മകൾക്കുമെതിരെ മുഖംതിരിക്കുന്ന പ്രായോഗികതയ്ക്ക് കവി നല്കുന്ന നിർവ്വചനം സൂര്യതന്ത്രം എന്നാണ്.

"തിരിച്ചുകിട്ടാത്ത പ്രണയം നൊമ്പരം
പിടിച്ചുവാങ്ങുന്ന സ്നേഹം ഭാരം
തിരസ്കരിക്കപ്പെട്ടൊരുമുറിവ് നീറ്റൽ
മറുകുറിയില്ലാത്ത സന്ദേശം സന്ദേഹം
പ്രതികരിക്കാത്ത വാക്ക് നിശ്ശബ്ദം"

എന്നിങ്ങനെ സമവാക്യങ്ങൾചേർത്ത കണക്കുകൾ അർത്ഥവ ത്താണ്. പ്രണയാനുഭവത്തിന്റെ വൈയക്തികതലത്തിനു നേരെ അടച്ചു പിടിക്കുന്ന കണ്ണാടിയിൽ പെയ്തുകഴിഞ്ഞും പെയ്ത്തുതുടരുന്ന മഴമര മാകുന്നു കവിത.

"കഥകൾ വിചിത്രം നശ്വരം
കാര്യമോ കാലാതീതം"

എൻഡോസൾഫാൻ ഇരകളുടെജീവിതത്തെ കവിതച്ചിമിഴിലേക്കു പകരുമ്പോൾ 'പ്രകൃതിനാശിനിയോട്' ധീരമായ ഏറ്റുമുട്ടലിനു തയ്യാറായി വാളോങ്ങുകയായി ഉള്ളിലെചുവന്ന സൂര്യൻ. ശരണ്യമാർക്കും സൈനബമാർക്കും അവരുടെ പൂമ്പാറ്റക്കുഞ്ഞുങ്ങൾക്കുമായി ഒരൊറ്റയടി പ്പാതയിൽ നിന്ന് പെരുവഴി കലാപങ്ങളിലേക്ക് കവിയുമിറങ്ങുന്നു മുഷ്ടി യുയർത്തി.

"കാലംകൈകെട്ടി സാക്ഷിയാകുന്നുവോ
നിയമം കണ്ണടച്ചിരുട്ടാക്കുന്നുവോ?"

പെൺകിടാങ്ങളെ പെറ്റുവളർത്തുന്ന അമ്മമാരുടെയാശങ്കയാണ് 'മകൾ.'

"വൻ പഠിപ്പുകൾക്കൊടുവിൽ
ജീവിക്കാൻ മറന്നുപോകരുതെന്ന നേര്"

പഠിച്ചില്ലെന്ന യാഥാർത്ഥ്യത്തിലേക്ക് പുനർജ്ജനി തേടുന്നു അമ്മ മനം. വാഴ്വുകൾതോറും ഏതൊക്കെ പ്രതിരോധങ്ങൾ തീർത്താലും പെണ്ണിനായി നീക്കിവച്ച ദുരനുഭവങ്ങളിൽക്കുതിർന്നുതാണിടും ഇനിയത്തെ വാഴ്വിൽ ഇതും ഞാൻ പ്രതിരോധിക്കും എന്ന അചഞ്ചലവിശ്വാസമാണ് വാടും പെൺമനങ്ങൾക്കായി കവി നടുന്നത്.

കവിത്വത്തിന്റെ ഇന്ദ്രജാലമാണ് 'ലയം.' കരിവണ്ടുതുളച്ച മുളന്തണ്ടിൻ മുറിവും മേടവെയിൽപ്പൊന്നുരുക്കും കണിക്കൊന്നപ്പൂവിതളും മൂവന്തിയിൽ മിഴിപൂക്കും നിത്യകല്യാണി തൻ ചിരിയും വിധു നോക്കി വിടരും നെയ്യാമ്പൽ മൊട്ടിൻ മൊഴിയും വിരൽതൊട്ടാൽ മിഴികൂമ്പും ഇലഞെട്ടിൻ കരളും എന്ന് ദൃശ്യവിസ്മയങ്ങളുടെ മാന്ത്രികതയാൽ പ്രണയാനുഭവവൈചിത്ര്യങ്ങൾ പ്രവഹിക്കുകയാണ് ജലപാതം പോലെ.

പ്രതീക്ഷകളും കനവുകളും ചാരുതകളുമെല്ലാം തകർന്നടിയുമ്പോഴും 'ഒന്നിന് മറ്റൊന്ന് പകരമാവില്ലെന്ന നിത്യബോധം' വാഴ്വിന്റെ 'ബാക്കിപത്രം' ആകുന്നു. പ്രണയനിരാസത്തെ എത്ര പ്രതിരോധിച്ചാലും ചക്രവാളങ്ങളെ വലുതാക്കിക്കടന്നുപോകുന്ന വാഴ്-വെന്ന യാനപാത്രത്തിലിരുന്ന് നമുക്കായൊരു 'സ്വകാര്യം'കവി പങ്കിടുന്നു.

"നീയുയർന്നേ പോകുമ്പോൾ
ഞാനിവിടെത്തന്നെയുണ്ടാവും
വഴിതെറ്റാതെന്നെങ്കിലും നീ
മടങ്ങിവരാൻ കാത്ത്..... ഇവിടെ ഇങ്ങനെതന്നെ....."

ഈ കാത്തിരിപ്പ് ജന്മസഫലതയായെണ്ണുന്ന അചഞ്ചലമായൊരു സ്നേഹവായ്പായി പരിണമിക്കുന്ന പെൺമനസ്സിന്റെ രസതന്ത്രം 'സ്വകാര്യം' പങ്കിടുന്നു.

അനർഗ്ഗളമായ പ്രതീകങ്ങളുടെ ഘോഷയാത്രയാണ് അജിയുടെ കാഴ്ചപടത്താൽ വിരിയുന്ന വാങ്മയകാചങ്ങൾ. 'കാത്തിരിപ്പിന്നൊടുവിൽ' എന്ന കവിതയിൽ പ്രണയത്തിൻ തൂവൽക്കിടക്കയൊരുക്കി കാത്തിരിക്കുന്ന കാമിനി, കാലപ്പകർച്ചകളെല്ലാം കൺകോണുകളിലൂടെ ഓടിമറയവേ കല്പാന്തകാലം നീണ്ട കാത്തിരിപ്പിന്നൊടുവിൽ പ്രചണ്ഡവാതമായും പേമാരിയായും പാഞ്ഞടുക്കുന്ന പ്രിയൻ മറ്റാരുമല്ല മൃത്യു തന്നെ എന്ന തിരിച്ചറിവാണീ കവിതയുടെ കരുത്ത്. പ്രണയം മരണം തന്നെയെന്ന സമവാക്യത്തിന്റെ അലംഘനീയത മറ നീക്കുന്ന അപരിമേയമായൊരു ഉൾക്കാഴ്ചയാണിത്.

എല്ലായാത്രകളും ഓരോവ്യഥയാണ്.
"വഴിക്കെടുത്തു കൊറിക്കാൻ

സ്നേഹസ്പർശങ്ങളുടെസാന്ത്വനവും
ഓർമ്മക്കടലുകളുടെ പാഥേയവും
കണ്ണീർത്തണുപ്പിന്റെ ഇളനീരും"

പേറുന്ന നീണ്ടയാത്ര. ഒടുവിൽവിറകായി കത്തുന്ന അനുഭവങ്ങൾ പനിനീരും ചന്ദനവുമാകുന്ന ഓർമ്മകൾ എള്ളും പൂവുമാകുന്ന സാന്ത്വനങ്ങൾ.... എല്ലാം മാറാപ്പിലെടുത്ത് മടങ്ങിവരാത്ത ഒരുയാത്രയാകുന്നു ജീവിതം.

ഇങ്ങനെ, ഓർമ്മയുടെയും മറവിയുടെയുമിടയ്ക്ക് സംതുലിതാവസ്ഥതീർക്കുന്ന ജീവിതത്തിന് അതിജീവനത്തിന്റെ ശുഭകാമനയോതിയാണ് അജി വന്നെത്തുന്നത്. വ്യഥയുടെ കരുത്ത് അപ്രതിരോദ്ധ്യമാകുമ്പോഴും കനവണയാതെ കാക്കുന്ന പ്രത്യാശയുടെ ശാന്തിമന്ത്രം ഈ കവിതകൾക്ക് ജീവനാഡിയായുണ്ട്.

കരകൗശലം

അവൾ,
പൊയ്മുഖങ്ങളുടെ മൊത്തവില്പനക്കാരി
ആവശ്യക്കാരുടെ ഇംഗിതമറിഞ്ഞ്
മനോഹരമായി മുഖാവരണമൊരുക്കുന്നവൾ!

ഒരിറ്റാത്മാർത്ഥത മേമ്പൊടിചേർത്ത്
ജീവിതത്തിന്റെ രസക്കൂട്ടുകൾ
കുഴച്ചവളൊരുക്കിയതെല്ലാം സദൃശ-
കല്പനകൾ തോല്ക്കുന്ന മുഖവടിവുകൾ!

ഹൃദയനൊമ്പരങ്ങളാൽ വിലപിക്കുന്നവന്
മഞ്ചാടിമണിയുടെ സാന്ത്വനസ്പർശം
പ്രണയഭംഗത്താൽ വിവശനായവന്
പുതുരാഗത്തിൻ ഒളികൺനോട്ടം

സ്വപ്നങ്ങൾ പങ്കുവെക്കാൻ കൊതിച്ചവന്
സഹയാത്രികയുടെ സഹജഭാവം
ഏറ്റുപറച്ചിലിനിടമില്ലാത്തവന്
സൗഹൃദച്ചിരിയുടെ നറുംവെട്ടം

കടബാദ്ധ്യതയാൽ വഴിയടഞ്ഞവന്
പുതിയ പൊൻനാണയക്കിലുക്കം
കാമനകളുടെ മഹാഭാരമിറക്കേണ്ടവന്
അഴകളവുകളുടെ മായാരൂപം

ജീവിതതിരശ്ശീലയിലുമഭിനേതാവായവന്
തട്ടിക്കളിക്കാനൊരു കോമാളിമുഖം
മൗനത്തിലഭയം തേടുന്ന തപസ്വിക്ക്
പൂർവ്വാശ്രമത്തിലൊരു പെങ്ങളില.

തരാതരം പോലെയവൾ
മെനഞ്ഞ മുഖപടങ്ങളിലെല്ലാം
അറിയാതെ പുരണ്ടുപോയ് ചോരയും
കണ്ണീരും കിനാക്കളും.

അവ ചാലിച്ച വർണ്ണങ്ങളൊക്കെയും
കരകൗശലത്തിന്റെ മാസ്മരികതയായ്
മികവിന്റെ പ്രശംസാപത്രമായ്
കമ്പോളനടുവിലിന്നും വാഴ്ത്തപ്പെടുന്നു.

പുനർവായന

പകുതി വായിച്ചുപേക്ഷിച്ചൊരാ
വിരസമായ പുസ്തകം
പൊടിതട്ടി പുറത്തെടുത്തു ഞാൻ
വീണ്ടും വായിച്ചുതുടങ്ങുവാൻ

കരുതലോടെ തുറന്നുനോക്കുമ്പോൾ
പല പുറങ്ങളും പൊടിഞ്ഞുപോയ്
ഉറുക്കുത്തിയടർന്നുവീഴുന്നു
വാലൻപുഴുവരിച്ച പുസ്തകച്ചട്ട

ചിതലെടുത്തു ദ്രവിച്ചുപോയ്
ചിരകാലമെന്നോർത്ത ചിന്തകൾ
നിറം മങ്ങി മാഞ്ഞുപോയ്
അനശ്വരമാകേണ്ട അക്ഷരക്കൂട്ടങ്ങൾ

പലകുറി മറിച്ചുപോകുമ്പോൾ
ഇടയിലൊരു താളിലായ് പണ്ടു
കരുതിവച്ചൊരു ചെറുമയിൽപ്പീലി-
ക്കണ്ണൊരെണ്ണം ചിരിക്കുന്നു

മായികച്ചെപ്പിലെ വർണ്ണരാജിയായ്
കുപ്പിവളത്തുണ്ടിലെ മഴവില്ല് തെളിയുന്നു
ഇടയിൽ മറ്റൊരു താളിൻ നടുവിലായ്
കറുത്തുണങ്ങിയ പനിനീരിതളുകൾ

അടിവരയിട്ട് കാത്തൊരു
നറും നിലാവായ് കരുതിയ സ്വപ്നം
ഒരു ചെറുനോവായ് മഷിയുണങ്ങി
പടർന്നവ്യക്തമായ് ചിതറി

പരതി, പലതും വീണ്ടെടുക്കാനായ്
പലകുറി പിന്നെയുമാ പുരാതനപുസ്തകം
ഒരുമാത്ര, കൺചിമ്മിയക്ഷരം മങ്ങുന്നു
ഒരു വാക്കു പോലും പിടിതരുന്നില്ല

ഒരു വരിയെങ്കിലും തെളിഞ്ഞു കിട്ടാനായ്
കാത്തിരുന്നു ഞാൻ അനന്തമായ്
ചിതറിയ ചിന്തയെ ക്രമപ്പെടുത്താനാവാതെ
പതിയെയടച്ചു ഞാൻ ഒടുവിലാ പുസ്തകം.

ആരായിരുന്നു?

ആരായിരുന്നു
കൺപോളകളിൽ കത്തുന്ന വെളിച്ചമായ്
ഭൂമിയുടെ വാതിലിൽ വഴിവിളക്കായത്?

ആരായിരുന്നു
അണിവിരൽ പിടിച്ച് പിച്ചനടത്തി
അറിയാ പാതയിൽ മുൻപേ നടന്നത്?

ആരായിരുന്നു
പ്രണയത്തിന്റെ തോളിലേറ്റി
സ്വപ്നഭൂമിയുടെ കാണാത്തീരങ്ങൾ തേടിത്തന്നത്?

ആരായിരുന്നു
കപടസന്തോഷങ്ങളുടെ ദാമ്പത്യത്തിൽ
തളർച്ചയാറ്റി കൂടെ നിന്നത്?

ആരായിരുന്നു
നഷ്ടതാപത്തിൽ മനം നീറിയപ്പോൾ
കുളിർനിലാവായി ചാരത്തണഞ്ഞത്

ആരായിരുന്നു
ജനിമൃതികളുടെ വാതായനം തുറന്ന്
ജീവിതത്തിന്റെ നിരർത്ഥകത കാട്ടിത്തന്നത്

ആരായിരുന്നു
പിറന്ന നാൾ മുതൽ ഓരോ ചുവടിലും
ഈറൻനിലാവായി പിരിയാതെ നിന്നത്

ഓരോ വഴിത്തിരിവിലും ഞാനെത്തുമ്പോൾ
പതറാതെയെന്നെ നയിച്ചവൻ
ദിക്കറിയാക്കവലകളിൽ,
വഴിചൂണ്ടിയായണഞ്ഞവൻ
ഇനി, അവസാന ശ്വാസത്തില-
വസാന ചുവടുവരെ ഒപ്പം നടക്കേണ്ടവൻ

കറുത്ത പട്ടിന്റെ അംഗവസ്ത്രമണിഞ്ഞ്
എന്റെ പ്രജ്ഞയിൽ നിറസാന്നിദ്ധ്യമാകേണ്ടവൻ
അതു നീയായിരുന്നു...

'പിംഗള കേശിനി'യായ
മരണദേവതയുടെ
ആദ്യദൂതൻ.

ചോദ്യോത്തരം

ഒരുപാട് ചോദ്യങ്ങൾ
ഒരുപാടൊരുപാട് ചോദ്യങ്ങൾ
ഉത്തരങ്ങളേറെ പ്രതീക്ഷിക്കേണ്ടവ
ചോദിക്കാതിരിക്കാനാവില്ലാത്തവ
ചോദിച്ചുകൊണ്ടേയിരുന്നു
ഉത്തരങ്ങളെല്ലുപ്പമായിരുന്നു
ചോദ്യങ്ങൾ കേൾക്കേണ്ടവരും
ഉത്തരങ്ങൾ നല്കേണ്ടവരും
പൊടുന്നനെ ബധിരരും മൂകരുമായി മാറി
ഉറക്കെയുറക്കെ ചോദിച്ചിട്ടും
ഉത്തരമൊന്നുമില്ലാതായപ്പോൾ
അവരൊക്കെ അന്ധരായെങ്കിലെന്നാശിച്ചു.
കൺമുനയിൽ കത്തുന്ന ചോദ്യവുമായി
നില്ക്കുന്നവളെ അവർ കാണുകയുമില്ലല്ലോ!

ചിഹ്നങ്ങൾ

ചോദ്യചിഹ്നങ്ങളിലവസാനിക്കുന്ന
വാചകങ്ങളിലും
അർദ്ധ-പൂർണ്ണ വിരാമങ്ങളിലൊടുങ്ങുന്ന
വാക്കുകളിലും മാത്രം
ഒരു ജന്മത്തിന്റെ മുഴുവൻ
സത്യങ്ങളും പങ്കുവെക്കപ്പെടുമ്പോൾ
ഉദ്ധരിക്കപ്പെടാവുന്ന
പ്രസ്താവനകൾക്കെന്ത് പ്രസക്തി?
ആശംസകളും ഖേദപ്രകടനങ്ങളും
വെറും ആശ്ചര്യചിഹ്നത്തി-
ലാണവശേഷിക്കുന്നതെങ്കിൽ
സ്മൃതിനാശം സംഭവിക്കുന്നു ആത്മകഥകളിലും!

പ്രണയത്തിന്റെ നേരുകൾ

ഒരു കുറിമാനം
ഒരു പിൻവിളി
ഒരുവളെ തടഞ്ഞുനിർത്തുമ്പോൾ
പ്രലോഭനങ്ങളുടെ സ്വർഗ്ഗവാതിൽ
അവൾക്കു മുന്നിൽ
മലർക്കെ തുറക്കപ്പെടുന്നു.

ചിത്തഭ്രമത്തിന്റെ ലഹരിയിൽ
നട്ടു നനച്ചു വളർത്തിയ പൂക്കൾക്ക്
മായക്കണ്ണാടിയിലെ ഭ്രമാത്മകവർണ്ണങ്ങൾ!
പ്രണയത്തോപ്പിലെ ഉന്മാദഗന്ധങ്ങൾ!

കാലാകാലം മനസ്സിലെഴുതി സൂക്ഷിച്ചിട്ടും
വഴിയോരത്തെവിടെയോ
കൈമോശം വന്നൊരു-
കൈയെഴുത്തുപ്രതിയായി പ്രണയം!

കണ്ണകലുമ്പോൾ മനസ്സകലും!
പഴമൊഴി
വാക്കകലുമ്പോൾ പ്രണയവും!
പുതുമൊഴി

അരിമുല്ലപ്പൂപ്പുഞ്ചിരിയിലും,

28 <u>മഴമരം പെയ്യുമ്പോൾ</u>

അജി രാജൻ

സ്വപ്നം മയങ്ങിയ കണ്ണുകളിലും,
പ്രണയവും കാമവും മാത്രമല്ല
ക്രൗര്യവും ചതിയും ഒളിച്ചുകളിക്കും.

നടുക്കുന്ന നേരുകളും
കയ്ക്കുന്ന വേദനകളും
ഒരുവളെ മുന്നോട്ടു നയിക്കുമ്പോൾ
യാഥാർത്ഥ്യത്തിന്റെ നരകവാതിൽ
അവൾക്കു പിന്നിൽ
എന്നേക്കും തഴുതിടപ്പെടുന്നു.

ഹൃദയം

ആത്മപീഡനങ്ങളുടെ നെരിപ്പോടിൽ
ദുഃഖത്തിന്റെ ഉമിത്തീയിൽ
ചുടുനിശ്വാസങ്ങളാൽ ഉലയൂതി
ഹൃദയത്തെ ഊതിക്കാച്ചി
പക്വതയുടെ മാറ്റുകൂട്ടുവാൻ
വ്യാമോഹിച്ചു.
നെടുവീർപ്പുകളുടെ കുഴലൂത്തിൽ
ഹൃദയം കനൽക്കട്ടപോലെ ജ്വലിച്ചു
പക്ഷേ..........
കണ്ണീരിൽ കഴുകി പുറത്തെടുത്തപ്പോൾ
കരിക്കട്ടയായി,
തണുത്തുവിറങ്ങലിച്ച്
ഉള്ളം കൈയിലവശേഷിച്ചു..........
ഹൃദയം.

കാത്തിരിപ്പ്

വെള്ളിടിതൻ അട്ടഹാസമായ്
ചീറിയടിക്കും തുലാക്കാറ്റിൽ
നിലംതൊടാതെ പറന്നെത്തി
കരൾ പിളർക്കും മിന്നൽപ്പിണരായ്
പടഹധ്വനികളകമ്പടിയോടെ
പ്രജ്ഞയിലേക്കാഴുന്നൊരഗ്നിനാളമായ്

എൻ കണ്ണിലെ ചോരമഴ കാണാൻ
എന്നുയിരിലെ ഭ്രാന്തിൻ പുലമ്പൽ കേൾക്കാൻ
എന്റെ കിനാക്കളെ മുറിപ്പെടുത്തി
എന്റെ ചിന്തകളിലിരുട്ടുപടർത്തി

എന്റെ വാക്കുകൾ ഗദ്ഗദമാക്കിയൊരു
കൊടുങ്കാറ്റിൻ നിയോഗമായ്
നിമിഷവേഗ രഥത്തിലിന്നു
നീയെത്തുവതറിയുന്നു ഞാൻ

ഏതായുധത്തിൻ മൂർച്ചകൂട്ടി
ഏതറിവിൻ ഭാണ്ഡമുയർത്തി
ഏതുവാക്കുകളിൽ തീക്ഷ്ണത
യേറ്റി ഞാനിന്ന് നിന്നെത്തടുക്കും?

ഒരായുധത്തിനുമൊരറിവിനും
ഒരു വാക്കിനും മുന്നിൽ
പതറാത്തവൻ നീ-
യെന്നും ഞാനറിയുന്നു.

പെയ്തൊഴിയാത്ത പ്രണയത്തിൻ
കാനൽ തുള്ളികളിറ്റുന്ന
മഴമരത്തണലിലീ
നെടുമ്പാതയോരത്തിന്റെ
മഹാവിജനതയിലതിനാ-
ലിന്നു നിന്നെ കാത്തിരിപ്പൂ ഞാൻ!

എന്റെ ജന്മനിയോഗത്തി-
ന്നന്തിമവിധിയുമായെത്തുന്ന
എന്റെ സ്വപ്നങ്ങളെ വെള്ളപുതയ്ക്കുന്ന മരണമേ
നിന്നെ വരവേല്ക്കാൻ!

മഴമരം പെയ്യുമ്പോൾ

ഇന്നലെ പെയ്ത മഴയുടെ
ബാക്കിപത്രമായ്
ഇന്നും മുറ്റത്തെ മഴമരം
പെയ്തുനില്ക്കുന്നു

തൊണ്ടയിൽ തടയുന്ന വാക്കുകളായ്
നെഞ്ചിൽ നിറയുന്ന നീറ്റലായ്
കൺകോണിൽ തുളുമ്പുന്ന നൊമ്പരമായ്
ചുണ്ടിൽ വിതുമ്പുന്ന തേങ്ങലായ്
എന്റെയുള്ളിലുമൊരു-
മഴമരം പെയ്യാനൊരുങ്ങുന്നു

ഒരു പെരുമഴപോലെ
ആർത്തലച്ചും
ചിതറിത്തെറിച്ചും
എനിക്കൊന്ന് പൊട്ടിക്കരയണം
ഒരു ചാറ്റൽമഴ പോലെ
ഏങ്ങലടികൾ പെയ്തുതോരണം

കണ്ണീർപ്രളയത്തിലെന്നുള്ളിലെ
പകയും നൊമ്പരവുമൊഴുക്കിക്കളയണം
വീണ്ടുമൊരു മഴമരമായ്, കിനാക്കൾ
പെയ്തുതീരാനായ്, കാത്തിരിക്കണം!

രാത്രി

ഈറൻ നിലാവലിഞ്ഞലിഞ്ഞ്
താളാത്മകമായി നിശ്ശബ്ദയാകുന്ന രാത്രി.
മൺചെരാതുകൾ കരിന്തിരി കത്തി
ഘനഗംഭീരയായി ശ്യാമപക്ഷയാകുന്ന രാത്രി.

കനക്കുന്ന ഇരുട്ടിൽ തുറിച്ചുനോക്കി,
ജാലകപ്പഴുതിലൂടെ രാത്രിയെയറിയുന്ന ഞാൻ.

വാഴക്കൂട്ടങ്ങളിൽ കേട്ടുമറന്ന
യക്ഷിക്കഥയിലെ നായികമാർ.
നീണ്ടിഴയുന്ന തെങ്ങോലത്തുമ്പുകളിൽ
രാത്രിഞ്ചരന്മാരായ ഗന്ധർവ്വകാമുകർ
തെരുവുവിളക്കിന്റെയിത്തിരി വെട്ട-
ത്തിലെരിഞ്ഞുവീഴുന്ന ഈയാംപാറ്റകൾ
വഴിയോരങ്ങളിൽ പെരുവിരലീമ്പി-
യുറങ്ങുന്ന കുരുന്നു കനവുകൾ
മുഷിഞ്ഞ മാറാപ്പിലെ പഴന്തുണിയിൽ
തുറിച്ചുനോക്കുന്ന പീളകെട്ടിയ നരച്ച കണ്ണുകൾ.

അകലെ ചെമ്മൺപാതയിൽ
നടന്നകലുന്ന കുറെ നിഴലുകൾ.
അറിയാ വ്യഥകളിൽ ധൃതിപ്പെട്ടോ-
ടുന്ന മുഖമില്ലാത്ത ആത്മാവുകൾ പോലെ.

വിജനമാകുന്ന നിരത്തിൽ
വലിഞ്ഞുനടന്നു മറയുന്ന തെരുവുവേശ്യ.
വിലപേശലിന്റെ കിലുക്കവുമായി പിറകെ
വിവേകമില്ലാത്തൊരു മനസ്സിൻ മടിക്കുത്ത്.
അവരെയറിയുന്നവനായി
ഒരു പാതിരാക്കിളിയുടെ തേങ്ങൽ.

ഈ രാത്രി

ആവർത്തന വിരസതയേറ്റുന്ന കാഴ്ചകൾ തന്ന്
ഇനി വരും പകലിനെ കീഴടക്കാമെന്ന്
വെറുതെ മോഹിക്കുന്നവൾ.
ഇവളെനിക്കപരിചിതയല്ല!
ഇവൾ തന്നെയല്ലേ ഞാൻ...?

മാർജ്ജാരം

നാല്ക്കൂട്ടപ്പെരുവഴിയിലുപേക്ഷിച്ച്
കുടഞ്ഞെറിഞ്ഞുഞാനകന്നിട്ടും
തിരികെയണഞ്ഞെൻ കാലടികളിലുരുമ്മി
ഒരു കുറുകലോടൊപ്പം നടക്കുന്നു.....

ചില നേരമിത്തിരി ശാന്തതയോടെ
ചില നേരമൊട്ടൊരു കനിവോടെ
ചില നേരമൊത്തിരി രൗദ്രതയോടെ
ചില നേരമൊരു തീരാ വേദനയായ്

ചില നേരമൊരു മഹാഭാരമായ്
ഇത്രകാലവും നെഞ്ചിലേറ്റിയതിനെ
നെടുമ്പാതയോരത്തെ വിജനതയി-
ലെന്നേക്കുമുപേക്ഷിക്കണമെന്നും

അതിന്റെ നിലവിളിയെത്താദൂരങ്ങളിൽ
നിന്നോടിയകലണമെന്നും പിൻവിളി-
കേട്ടൊരു വെറും നോട്ടം പോലുമാകരുതെന്നും
ഞാനെത്ര തീക്ഷ്ണമായി ആഗ്രഹിച്ചു.

എന്നിട്ടുമൊരൊഴിയാ ബാധ പോലെ-
യാർദ്രമായൊരു പിൻകരച്ചിലിനാൽ
വീണ്ടുമെന്നെ തേടിയെത്തുവതൊരു

വെറും കുറുകലോ ഉരുമ്മലോ?

നിറവേറ്റപ്പെടാത്ത വാഗ്ദാനങ്ങളാലും
അർത്ഥമില്ലാത്ത വാക്കുകളാലും
പൊള്ളയായ സാന്ത്വനങ്ങളാലും
എത്താക്കൊമ്പത്തെ കിട്ടാക്കനിയായി

മായാമരീചിക പോലെന്നെ തളയ്ക്കുന്ന
പാഴ്ക്കിനാവിൻ പാശത്തിലെന്നെ കുരുക്കുന്ന
പ്രലോഭനത്തിൻ കാന്തവലയമായ്
പ്രജ്ഞയിൽ നഖമാഴ്ത്തുമെൻ പ്രണയമാർജ്ജാരം

നീതിശാസ്ത്രം

പറയാൻ തുനിഞ്ഞ വാക്കുകളും
എഴുതാൻ മുതിർന്ന സന്ദേശങ്ങളും
പാലിക്കുമെന്നുറപ്പിച്ച വാഗ്ദാനങ്ങളും
ചേർത്തെഴുതിയാലത് പ്രണയം!

പറയാൻ മറന്ന വാക്കുകളും
എഴുതാതിരുന്ന സന്ദേശങ്ങളും
പാലിക്കപ്പെടാത്ത വാഗ്ദാനങ്ങളും
ചേർത്തുവായിച്ചാലത് ജീവിതം!

സ്വപ്നങ്ങൾ പശമണ്ണുകുഴച്ച
പ്രണയത്തിന്റെ ദന്തഗോപുരവും
കദനങ്ങൾ ചുവരുകൾ തീർത്ത
ജീവിതത്തിന്റെ കാവൽമാടവും

യാഥാർത്ഥ്യങ്ങളുടെ ആകസ്മികതയിൽ
ഇനിയുയരാത്തവണ്ണം നിലംപതിക്കുമ്പോൾ
കൺനനവില്ലാതെ കണ്ടുനില്ക്കുന്നത്
പ്രായോഗികതയുടെ നീതിശാസ്ത്രം!

കച്ചവടം

പണ്ട്,
സേവനങ്ങളും സാധനങ്ങളും
കൈമാറിത്തുടങ്ങിയ
നമ്മുടെ
കച്ചവടപാരമ്പര്യം...
കടൽ കടന്നെത്തിയ കൈകളിൽ
നമുക്ക് പ്രിയപ്പെട്ടതൊക്കെയും
ചരക്കായി മാറി.
കച്ചവടച്ചന്തയിലെ
വിലപേശലുകളിൽ
രാജ്യങ്ങളും സിംഹാസനങ്ങളും
തകർന്നുവീണു
ചരിത്രമായി മാറി.

ഓരോ തലമുറ കഴിയുമ്പോഴും
കച്ചവടതന്ത്രങ്ങൾ പരിഷ്കരിക്കപ്പെട്ടു.

സ്നേഹവും വേർപാടും
കലയും സംഗീതവും
ചിന്തയും സാഹിത്യവും
ശാലീനതയും ആഢ്യത്വവും
പാരമ്പര്യവും പെരുമയും
പഠിപ്പും തൊഴിലും

വിശ്വാസവും ദൈവവും
പ്രവാചകന്മാരും ആൾദൈവങ്ങളും

അങ്ങനെ
ചരക്കുകളുടെ രൂപഭാവങ്ങൾ
ആധുനികമാവുന്നു
ഉത്തരാധുനികമാവുന്നു.

ഇപ്പോൾ,
പുതിയ കച്ചവടതന്ത്രങ്ങൾ
ശാസ്ത്രീയമായി അഭ്യസിപ്പിക്കാൻ
കലാലയങ്ങൾ
സർവ്വകലാശാലകൾ
അവനവനെത്തന്നെ
'മാർക്കറ്റ്' ചെയ്യാൻ
നവീനാശയങ്ങൾ
പുത്തൻ സംവിധാനങ്ങൾ

ഇന്ന്,
കണ്ണീരും സ്വപ്നങ്ങളും
പച്ചനോട്ടിന് പകരം
പ്രണയവും രതിയും
പത്രസമ്മേളനങ്ങളിൽ വിളംബരം
കാമുകീ-കാമുകന്മാർ
അവരവരെപ്പോലും
കച്ചവടച്ചരക്കാക്കി
'മാർക്കറ്റ് വാല്യു'വും
'സർക്കുലേഷനും' നിലനിർത്തുന്നു.
വാടകയ്ക്ക് ഗർഭപാത്രം നല്കി
മാതൃത്വവും ചരക്കായി മാറി.
പൊട്ടിപ്പെണ്ണിന്റെ മാനവും
ദാരിദ്ര്യത്തിന്റെ മാനങ്ങളും
പുതിയ പുതിയ ചരക്കുകൾ...

ഇന്നെന്തും
കച്ചവടമാണ്
കച്ചവടച്ചരക്കാണ്
ജനനവും ജീവിതവും മരണം പോലും,
ലാഭനഷ്ടങ്ങളുടെ വിലപേശലിൽ
വെറും ചരക്കുകൾ മാത്രം...

തീവണ്ടിയാത്ര

തീവെയിൽ വാൾമുനപോൽ തിളങ്ങി
കൂരിരുൾ കാരിരുമ്പായ് മയങ്ങി
നീളത്തിലോടുമീ സമാന്തരങ്ങളിൽ
കടകടശബ്ദമുയിർക്കും ചക്രങ്ങളിൽ
വിരസമായ്ത്തീരുന്ന ജാലകക്കാഴ്ചകൾ
ചിരി മറന്ന സഹയാത്രികർതൻ മുഖങ്ങൾ,
അർദ്ധമയക്കത്തിലെത്തിനോക്കുന്നതും
പോയ കാലത്തിൻ നൊമ്പരക്കാഴ്ചകൾ.

ഒരു നിണക്കട്ടപോൽ പിറന്നൊരു
പനിനീർക്കുരുന്ന്,
ഇരുപൂക്കളെ നെഞ്ചോടമർത്തിയൊരു
വ്രണിതമാതൃത്വം
വഴി തേടി, വഴി തെറ്റി വന്നതാമൊരു
കുതൂഹലകൗമാരം
വ്യഥകളൊടുങ്ങാത്ത മനസ്സിന്റെ
ക്ഷുഭിതയൗവനം
കാമവെറി കശക്കിയെറിഞ്ഞൊരു പാവം
കന്യാഹൃദയം
മടിശ്ശീലയൊഴിഞ്ഞനാഥമായൊരു
നിസ്വവാർദ്ധക്യം

ചുടലപ്പറമ്പിലെ തീക്കുണ്ഡമായ്
വഴിയരികിലെ പാഴ്നിലവിളിയായ്
മൗനം തണുത്തുറഞ്ഞൊരു കറുത്ത ചേലയായ്
അട്ടഹാസമായ്, മുള ചീന്തും നിലവിളിയായ്
ഇരുമ്പുപാളത്തിലുരസുന്ന
ചക്രത്തിൻ കടകടാരവത്തിനും മേലേ-
യുയർന്നു കേൾക്കുമ്പോളായിരം
നീരാളിക്കൈകൾ ചുറ്റിവരിയുന്ന,
കരിനാഗഫണത്തിൻ കൊത്തേറ്റ് നീലിച്ച
ചലനമറ്റൊരു പാഴ്ത്തടി പോൽ
കാതങ്ങളോടിത്തളരുന്ന, വിയർപ്പിന്റെ-
യുപ്പുമണക്കും, നനവിൽ കുതിർന്നു
ഞെട്ടിയുണർന്നു കൺതുറക്കുമ്പോൾ
ശകടവേഗത്തിനൊപ്പം കുതിക്കുന്ന കാറ്റിൽ
മുടിയഴിച്ചാർക്കുന്നു കരിമ്പനച്ചാർത്തുകൾ
തീച്ചാമുണ്ഡിയാടുന്നു തെരുവുവിളക്കുകൾ
പൊട്ടിച്ചൂട്ടു പോൽ ചിതറുന്ന പാടവരമ്പുകൾ
പുലർമഞ്ഞുപുക മൂടി കുന്നിൻചെരിവുകൾ
പിന്നെ നേർത്തൊരീണത്തിലെ
താരാട്ടുപാട്ടുപോൽ
പതിയെ മൂളുന്ന കാറ്റിന്റെ
തേങ്ങലോടൊപ്പം തെളിയുന്ന
ചക്രവാളചുവപ്പിന്റെ രേണുക്കൾ
പിടി തരാതെന്റെ മുന്നേ കുതിക്കുന്നു.

അക്ഷരക്കൂട്ടം

പരുപരുത്ത മണൽത്തരികളിൽ
മിഴിയൂന്നിയാദ്യമറിഞ്ഞത് അക്ഷരങ്ങളെ
ഗുരുവരഞ്ഞിട്ട വടിവുകളിലൂടെ
വിരലോടിച്ചാദ്യമറിഞ്ഞത് അക്ഷരങ്ങളെ
ഓരോ വരയിലും ഓരോ ചുനുപ്പിലും
ഓരോ ചുറ്റിക്കെട്ടിലുമാദ്യമറിഞ്ഞത് അക്ഷരങ്ങളെ

കുഞ്ഞിക്കണ്ണുകളിൽ കൗതുകവുമായ് ഞാനെന്നും
പിമ്പേ പാഞ്ഞതുമീയക്ഷരങ്ങളെ

അക്ഷരങ്ങളോരോന്നും ചേർന്ന് വാക്കുകളായ്
വാക്കുകളോരോന്നും ചേർന്ന് കാഴ്ചകളായ്
കാഴ്ചകളോരോന്നും ചേർന്നനുഭവങ്ങളായ്
അനുഭവങ്ങളോരോന്നും ചേർന്ന് ജീവിതമായ്

ഇന്നീ ജീവിതയാത്രയുടെ നാല്ക്കൂട്ടപ്പെരുവഴി-
യിലെത്തി തിരിഞ്ഞുനോക്കുമ്പോൾ,

അക്ഷരം കൂട്ടിവായിക്കാൻ പഠിച്ച
ബാല്യത്തിലക്ഷരത്തെറ്റുകളില്ലായിരുന്നു
ഒന്നെന്ന് പറഞ്ഞാൽ ഒന്നെന്നുമാത്ര-
മന്നുഞാനക്ഷരമറിഞ്ഞു.

വാക്കുകൾ കൂട്ടിവായിക്കാനറിഞ്ഞപ്പോൾ
ഒന്നിനൊന്ന് മാത്രമല്ലൊരു നൂറർത്ഥങ്ങൾ
പിന്നേയുമുണ്ടെന്നറിഞ്ഞപ്പോൾ
ഞാനുരുവിട്ടു പഠിച്ച അക്ഷരങ്ങൾ
എന്നോട് പതിയെ പിണങ്ങിത്തുടങ്ങി

വൃത്തവും അലങ്കാരവും
ഉപമയും ഉൽപ്രേക്ഷയും
സന്ധിയും സമാസവും കൂടി
വാക്കുകൾ പങ്കുവെച്ചപ്പോൾ

അക്ഷരങ്ങൾ പരസ്പരം പോരടിച്ചപ്പോൾ
എവിടെ, ഏത് ചേർന്നുനില്ക്കണമെന്നറിയാതെ
എന്നക്ഷരക്കൂട്ടങ്ങൾ ചിതറിപ്പോയി.
അക്ഷരങ്ങൾ അമ്മാനമാടിയിരുന്ന
എൻതൂലിക മുനയൊടിഞ്ഞുംപോയി

ഓരോവാക്കും ഓരോവാക്യവും
യഥാസ്ഥാനത്ത് കൊരുക്കാനാവാതെയെന്നക്ഷരമാലകൾ!
അകാരാദി ക്രമംതെറ്റിയോടുന്ന
എന്നക്ഷരക്കിടാങ്ങളെ ഞാനേത് വരിയിൽ തളയ്ക്കണം?

വാക്കും മനസ്സും പതറിപ്പോവുമ്പോൾ
ഞാനെങ്ങനെയവയെ ഗുണദോഷിക്കും!

ഗുരു വരഞ്ഞിട്ടയക്ഷരവടിവുകൾ
ഇന്നെനിക്കപ്രാപ്യം
വാക്കിന്റെ വഴിയിൽ മനസ്സും
മനസ്സിന്റെ വഴിയിൽ വാക്കും
ഒളിച്ചുകളി നടത്തുമ്പോൾ
ഒരുനൂറു സുല്ലിട്ട് പിന്നെയും തുടങ്ങാൻ

ഏതക്ഷരക്രമത്തിൽ ഞാനെന്നെയെഴുതണം...?
ഏതക്ഷരക്രമത്തിൽ ഞാനെന്നെയെഴുതണം...?

വാക്ക്

ആളൊഴിഞ്ഞ അമ്പലപ്പറമ്പ് പോലെ
ശൂന്യമായ മനസ്സിൽ
എന്നോ കഴിഞ്ഞ പൂരത്തിന്റെ
അവശിഷ്ടങ്ങൾ പോലെ കുറെ മുഖങ്ങൾ
ഏതൊക്കെയോ കാലടികളേറ്റ്
താണമർന്ന ഓർമ്മത്തിട്ടകളായ സ്വപ്നങ്ങൾ
പൊട്ടിച്ചിതറിയ കുപ്പിവളത്തുണ്ടുപോലെ
ഞെരിഞ്ഞടർന്ന മോഹങ്ങൾ
ഇനിയും പൊട്ടിത്തീരാത്ത പടക്കത്തിരികൾ പോലെ
പുകഞ്ഞുയരുന്ന ആശാകണങ്ങൾ.
ഓട്ടവീണ മൺപാത്രം പോലെ
പെട്ടെന്നു വാർന്നൊഴുകുന്ന ചിന്തകൾ-
ഇവിടെയിനിയേതുവാക്കുണരും?
ഇവിടെയിനിയേതുകവിതയെഴുതും?

സൂര്യതന്ത്രം

പ്രഭാതസൂര്യന്റെ കുളിർകിരണങ്ങളേ-
ല്ക്കുന്ന മലമടക്കുകളിലെ ശാന്തതപോലെ...
മേടസൂര്യന്റെ കത്തുന്ന ഉച്ചച്ചൂടിലും
അടിമുടി പൂക്കുന്ന കണിക്കൊന്ന പോലെ...
മദ്ധ്യാഹ്നസൂര്യന്റെ ഉഷ്ണനിഴലുകളിലെ
തളിർത്ത അരയാലിലകളിലെ കാറ്റുപോലെ...
പോക്കുവെയിൽ പൊന്നാക്കുന്ന സാന്ധ്യ-
ശോഭകളിലെ ചെന്നിറം പൂണ്ട കിനാക്കൾ പോലെ...
ഒരു പ്രണയത്തിൻ കുരുന്നോർമ്മകളിൽ
മാടപ്രാവുപോൽ ചേക്ക കണ്ടെത്തിയ കാലം!

തിരിച്ചുകിട്ടാത്ത പ്രണയത്തിൻ നൊമ്പരമായ്
പിടിച്ചുവാങ്ങുന്ന സ്നേഹത്തിൻ ഭാരമായ്
ഓർമ്മയിൽ തങ്ങിനില്ക്കാത്തൊരു മുഖമായ്
തിരസ്കരിക്കപ്പെട്ടൊരു മുറിവിൻ നീറ്റലായ്
മറുകുറിയില്ലാത്തൊരു സന്ദേശത്തിൻ സന്ദേഹമായ്
പ്രതികരിക്കാത്തൊരു വാക്കിൻ നിശ്ശബ്ദതയായ്
മാറ്റിയെഴുതിയതേത് രാസപരിണാമം?
മായ്ച്ചുകളയുവതേത് സൂര്യതന്ത്രം?

യാത്ര

എല്ലാ യാത്രകളും ഓരോ വ്യഥയാണ്
ഭാണ്ഡമൊരുക്കി യാത്ര തുടങ്ങുന്നത് മുതൽ
തിരിച്ചു വീടണയുന്നത് വരെയുള്ള വ്യഥകൾ
അതിനിടയിൽ, ഓർക്കാൻ കുറെ നിമിഷങ്ങൾ
ഏതൊക്കെയോ വഴിത്തിരിവുകളിൽ കണ്ടുമുട്ടുന്നവർ
കുറെദൂരം ഒരുമിച്ചു പിന്നിടുന്നവർ
ഏറെ ചിരിച്ചും പറഞ്ഞും
ചിലപ്പോൾ അർദ്ധമൗനത്തിലും
ഒടുവിൽ യാത്രപോലും പറയാനാവാതെ
മറ്റൊരു വഴിത്തിരിവിൽ
പിരിഞ്ഞുപോകുന്നവർ...
പിന്നീടുള്ള യാത്രകളിലെല്ലാം
നൊമ്പരമുണർത്തുന്ന ഓർമ്മകളായ്
പഴയ യാത്രകൾ
നൊമ്പരം വളർന്ന് വീണ്ടും തീരാവ്യഥകളായ്
അവസാനിക്കാത്ത യാത്രകൾ...
കണ്ട ദേശങ്ങളും കേട്ട ശബ്ദങ്ങളും
അനുഭവങ്ങളുടെ ഭാണ്ഡത്തിൽ
സ്ഥാനം പിടിക്കുമ്പോൾ
ഭാരമേറ്റുന്ന ചുമലുകളിൽ വേദന
യാത്ര തുടരുമ്പോൾ
ഒരു ചുമലിൽനിന്നും മറ്റൊന്നിലേക്ക്
ഭാണ്ഡത്തിന്റെ സ്ഥാനം മാറുമെന്നുമാത്രം.

വഴിക്കെടുത്തുകൊറിക്കാൻ
സ്നേഹസ്പർശങ്ങളുടെ സാന്ത്വനം
ഓർമ്മക്കടലുകളുടെ പാഥേയം
കണ്ണീർത്തണുപ്പിന്റെ ഇളനീർ
ഒടുവിൽ വ്യഥകളേതുമില്ലാത്ത
തിരിച്ചുവരവില്ലാത്ത അവസാനയാത്രയിൽ
അനുഭവങ്ങൾ വിറകുകൊള്ളികളാകുന്നു
ഓർമ്മകൾ പനിനീരും
ചന്ദനവുമാകുന്നു
സാന്ത്വനങ്ങൾ
എള്ളും പൂവുമാകുന്നു
ചുടുനിശ്വാസങ്ങൾ
ഉലയൂതുന്നു...

പൂമ്പാറ്റക്കുഞ്ഞുങ്ങൾ*

ചിറകുവീശി വട്ടം പറക്കേണ്ട
പൂമ്പാറ്റക്കുഞ്ഞുങ്ങളുടെ ചുമലിൽ
അജ്ഞാതരോഗത്തിന്റെ വിഴുപ്പുകൾ
കാലത്തിൻ സമ്മാനമോ?

ദുരമൂത്ത കച്ചവടക്കണ്ണിൽ
വിഷമരുന്നിന്റെ തോതുകൾ
ലാഭക്കിഴികളായ് കിലുങ്ങി
പൂമ്പാറ്റച്ചിറകിലെ മാറാരോഗമായ് മാറി!

മണ്ണിലും മാനത്തും വിഷം മഴയായൊഴുകി
ശരണ്യമാരും സൈനബമാരും നനഞ്ഞുവിറയ്ക്കുമ്പോൾ
ദൂരെ ദൂരെയട്ടഹാസം മുഴക്കിയിടിത്തീയായ്
മാനത്തു വട്ടം ചുറ്റുന്നുവോ ഭൂപ്രകൃതിനാശിനി?

തൊലിവിണ്ടുകീറി, ശിരസ്സൊരു ഭാരമായ്
അർബ്ബുദത്തിന്റെ ഞണ്ടുകാലുകൾ പ്രാണനെടുക്കുമ്പോൾ
ചിരിമറന്ന കണ്ണിലും ചുണ്ടിലും
വിഷമരുന്നിന്റെ വിഷാദം പൂക്കുന്ന
കൊച്ചുപൂമ്പാറ്റകൾ ഇനിയും പിറക്കുമ്പോൾ

---

* *കാസർകോഡ് ജില്ലയിലെ എൻഡോസൾഫാൻ ദുരന്തത്തിൽ മരിച്ചവരും ദുരിതമനുഭവിക്കുന്നവരുമായ കുഞ്ഞുങ്ങളുടെ ഓർമ്മയ്ക്കായി.............*

കാലം കൈകെട്ടി സാക്ഷിയാകുന്നുവോ
നിയമം കണ്ണടച്ചിരുട്ടാക്കുന്നുവോ?

ഇനിയുമേറെ പൂമ്പാറ്റച്ചിറകുകൾ കൊഴിയാതെ
ഇനിയുമേറെ കുഞ്ഞിക്കണ്ണുകൾ മിഴിക്കാതെ
അനാദികാലം സങ്കടപ്പെരുമഴയായ്
പെയ്തിറങ്ങുമോ വിഷമേഘങ്ങൾ മണ്ണിൽ?
വീണ്ടും ജീവനാശിനിയായീ മണ്ണിൽ?

മകൾ

കനവിൽ ഗർഭം ധരിച്ചൊരു
മകളെ നൊന്തുപെറ്റ്,
'പുനർജ്ജനി'യെന്നവൾക്കു പേരിട്ട്
അമ്മിഞ്ഞയൂട്ടി, താരാട്ട് പാടി
വാലിട്ട് കണ്ണെഴുതി മുടി കോതിയൊതുക്കി
കുന്നിക്കുരുവും മഞ്ചാടിമണിയും നല്കി

പൂമ്പാറ്റച്ചിറകുള്ളൊരു
വർണ്ണക്കുപ്പായമിടുവിച്ച്
പാടവരമ്പിലൂടെ കൈപിടിച്ച്
ആദ്യാക്ഷരമെഴുതിക്കാൻ
ആശാന്റെ മുറ്റം തേടി ഞാൻ
നടന്നതേത് ജന്മത്തിലായിരുന്നു!

അറിവുമക്ഷരവും പകർന്നവളെ
വളർത്തിയതുമന്നായിരുന്നില്ലേ!

അരുതുകളുടെ മഹാസാഗരമായി
ഞാനവൾക്കു മുന്നിലലച്ചെത്തിയില്ല
നിയന്ത്രണങ്ങളുടെ അണക്കെട്ടുകൾ
ഞാനവളുടെ വഴിയിൽ തീർത്തില്ല

സ്വപ്നം കാണാനൊരു നീലവാനം
ഞാനവൾക്കു മുന്നിൽ നീർത്തിയിട്ടു
നന്മയുടെ വർണ്ണപുഷ്പങ്ങൾ
ഞാനവൾക്ക് കാട്ടിക്കൊടുത്തു

എന്നിട്ടുമെന്നേക്കാൾ മിടുക്കിയായവൾ
ഞാൻ പകർന്നതിലേറെ പഠിച്ചു.

ചതി വഞ്ചന കന്മഷം കപടത
കുത്തുവാക്ക് പരിഹാസമെന്നീ
ലോകയാഥാർത്ഥ്യങ്ങളെല്ലാം
കാലമവളെ പഠിപ്പിച്ചു

വൻപഠിപ്പുകൾക്കൊടുവിലവൾ
തിരിച്ചറിഞ്ഞുവോ സ്വയം
'ജീവിക്കാൻ മറന്നുപോകരു-
തായിരുന്നു'വെന്ന സത്യം
പഠിച്ചില്ലെന്നൊരു യാഥാർത്ഥ്യം!

അതു പഠിക്കുവാനായ് വരും
ജന്മങ്ങളിലുമെന്റെ മനസ്സിൽ
പിറക്കുമോ വീണ്ടുമവൾ
'പുനർജ്ജനി'യായിത്തന്നെ?

തലമുറകൾ കൈമാറുന്ന
മൃതിയുടെ 'പുനർജ്ജനി'.

ലയം

കാരിവണ്ട് തുളച്ചൊരാ
മുളന്തണ്ടിൻ മുറിവിലോ
അനുരാഗഭരിതമാം
മുരളീഗീതം!

മേടവെയിൽ പൊന്നുരുക്കും
കണിക്കൊന്നപ്പൂവിതളിലോ
പരിലാളനത്തിൻ മധുരിത-
രൂപഭാവം!

മൂവന്തിമിഴി പൂക്കും
നിത്യകല്യാണിതൻ ചിരിയിലോ
പരിരംഭണത്തിൻ
ലയലാസ്യഭാവം!

വിധുനോക്കി വിടരുന്ന
നെയ്യാമ്പൽ മൊട്ടിൻ മൊഴിയിലോ
ഏകാകിനി തൻ
ശോകമൗനഗാനം!

വിരൽ തൊട്ടാൽ മിഴികൂമ്പും
ഇലഞ്ഞെട്ടിൻ കരളിലോ
അരുതരുതേയെന്ന
വിഷാദരാഗം!

പ്രണയം പിളർന്നൊരെൻ
ഹൃത്തിൻ മിടിപ്പിലോ
കദനഭാരത്തിൻ പുതു
കാവ്യശകലം!

ബാക്കിപത്രം

വൈഡൂര്യമെന്ന് കരുതി
നെഞ്ചോടുചേർത്തത് വെറും
കാക്കപ്പൊന്നെന്നു തിരിയു-
മ്പോഴുള്ളം തകർന്നുവോ?

തേൻമൊഴിയെന്നോർത്തു
മനസ്സിൽ പതിച്ചതിൻ
പതിരെല്ലാം തെളിഞ്ഞപ്പോൾ
കൺകോണ് നനഞ്ഞുവോ?

ജന്മവാഗ്ദാനങ്ങളെന്നു-
രച്ച വീൺവാക്കുകൾ
കന്മഷമെഴുതിയ ജല
രേഖയായ് മാഞ്ഞുവോ?

അവസാന ശ്വാസംവരെ-
ക്കൂടെയുണ്ടെന്നോതിയ മിടിപ്പുകൾ
അനാദിയാം മൗനത്തിന്ന-
കമ്പടിയാകുന്നുവോ?

ഒന്നിന് മറ്റൊന്ന് പകരമാവില്ലെന്ന
നിത്യബോധമതൊന്നുമാത്രമായ്
കനിവിന്റെയൊരു തുള്ളി തിര-
യുന്നൊരു ജന്മം ബാക്കിപത്രമായ്.

സ്വകാര്യം

ആഗ്രഹങ്ങളും സ്വപ്നങ്ങളും
പൂർണ്ണമാകുന്ന നിൻ പ്രയത്നവഴികളിൽ,
വാക്കിനാലും നോക്കിനാലും
പ്രതിബന്ധമാകാതൊരു നിശ്ശബ്ദസാന്നിദ്ധ്യമായ്

നിന്നോടുള്ള പ്രണയത്താലെൻ
കണ്ണും മനസ്സും നിറഞ്ഞ്
നിന്നോടുള്ളൻപിനാൽ നിൻ
മോഹങ്ങൾ തൻ കാവലാളായ്

നീ പകർന്നോരിത്തിരിയോർമ്മകളുടെ
തേൻകൂടുകൾ നുകർന്ന്
നീ പറഞ്ഞൊരാ കുഞ്ഞുവാക്കുകളിൽ
കിളിയൊച്ചകൾ തിരഞ്ഞ്

നീയെഴുതിയ സന്ദേശങ്ങളുടെ
നാനാർത്ഥങ്ങൾ ചികഞ്ഞ്
നീ തിരസ്കരിച്ചൊരെന്നാശകളുടെ
നൊമ്പരങ്ങളറിഞ്ഞ്

എന്നാത്മാവിലുതിരുന്നാശംസകളുമായ്
എൻ കണ്ണീരിൽ കുതിരുന്ന പാഥേയവുമായ്
നിൻ യാത്ര തുടരുന്ന മഹാവീഥികളിൽ
ദൂരെയൊരു മങ്ങിയ നിഴലായ് ഞാൻ...

സ്വപ്നസാക്ഷാല്ക്കാരത്തിൻ പൊൻതലപ്പാവുകൾ...
നിൻ യശസ്സിൻ പുഷ്പകിരീടങ്ങൾ...
അതിൽ നിന്നടരുന്നൊരിതൾ മാത്ര-
മെന്നായുസ്സിൻ പുണ്യവും ജന്മസാഫല്യവും!!!

കാത്തിരിപ്പിന്നൊടുവിൽ

സ്വപ്നങ്ങളുടെ പശമണ്ണുകുഴച്ച്
ചുവരുകൾ തീർത്ത്
കദനത്തിന്റെ കരിയുടച്ച്
നിലം മെഴുകി
ഓർമ്മകൾ ചിന്തേരിട്ട
വാതായനങ്ങൾ തുറന്ന്
പ്രതീക്ഷകൾ നിറം ചാലിച്ച
മേല്ക്കൂര പണിഞ്ഞ്
ചിരിയും കരച്ചിലും തൊട്ട്
കോലമെഴുതി
കണ്ണീരും കിനാക്കളും കൊണ്ട്
പ്രാതലൊരുക്കി
പ്രണയത്തിന്റെ നനുത്ത
തൂവൽ ശയ്യ വിരിച്ച്
കാതോർത്തിരുന്നതും
കൺപാർത്തിരുന്നതും
അന്തിമേഘത്തേരിലേറി
മഴവില്ലിൻ ചാരുതയായ്
ചെറുമിന്നൽ പൊന്നൊളിയായ്
പ്രിയനേ, നീ വരുന്നതും കാത്ത്

അർദ്ധചന്ദ്രന്റെ നിലാവായ്
ഉദയസൂര്യന്റെ മന്ദഹാസമായ്

മഴമരം പെയ്യുമ്പോൾ

അജി രാജൻ

ഇളംകാറ്റിന്റെ തലോടലായ്
മഴത്തുള്ളികളുടെ മർമ്മരമായ്
പുലർമഞ്ഞിന്റെ കുളിരായ്
അരിമുല്ലപ്പൂവിന്റെ പുഞ്ചിരിയായ്
കനവിലും നിനവിലും നിറഞ്ഞവൻ നീ!
കല്പാന്തകാലം നീണ്ട
അനന്തമായ കാത്തിരിപ്പിന്നൊടുവിൽ
ചീറിയടിക്കും തുലാക്കാറ്റുപോലെ
അമാവാസിയായ് സൂര്യതാപമായ്
മൂടൽമഞ്ഞായ് പേമാരിയായ്
ചക്രവാളസീമകൾക്കപ്പുറത്തുനിന്നും
വെള്ളിടിയുടെ അട്ടഹാസമായ്
തകർന്നടിഞ്ഞോരെൻ
മൺകുടിലിൻ മുറ്റത്ത്
ഇരുട്ടുപോൽ ചിരിച്ച്
ചോരച്ച കണ്ണുകൾ തുറിച്ച്
മരണത്തിന്റെ തണുപ്പായ്
നീ പറന്നെത്തി !

ഇതുപോലൊരു സായംസന്ധ്യയിൽ

പുഞ്ചപ്പാടവരമ്പിന്നരികിലായ്
നീണ്ടുകിടക്കുമീപ്പാതവക്കിലെ,
കൂറ്റനരയാൽ മരക്കൊമ്പിലെയാർത്തു
ചിരിക്കും ഇലച്ചാർത്ത് തേടി ഞാൻ
മൂവന്തി ചോക്കുന്ന നേരമൊരു
പ്രവാസിതൻ തായ്‌വേര് പടർന്നതാം
ഭൂമിക പേറുമീ ശാദ്വലശോഭയാം
ഗ്രാമവൃക്ഷത്തിൻ തണലിലായ്.

ചപലമായ് മൊഴിയുന്ന കാറ്റിന്റെ തേരിൽ
കൂടണയും കിളിക്കൂട്ടമോടൊപ്പം
നിനവുകൾ ചേക്കേറുന്ന മനസ്സുമായ്
അരികിലുള്ളമ്പല പ്രദക്ഷിണ-
വഴിയിലിന്നേകനായ് നടക്കവേ
ഒരു മാത്ര മിന്നിയെന്നോർമ്മയിലൊരു
വ്യാഴവട്ടം പിന്നിട്ട സന്ധ്യയും
ഒരു തുടിത്താളവുമൊപ്പം

കൽവിളക്കിലെ നെയ്ത്തിരിനാളവും
ഹരിചന്ദനത്തിൻ തണുവും
വയലേല തഴുകുമൊരു കാറ്റിൻ
ചൂളംവിളിക്കൊപ്പം വിറപൂണ്ടൊരു
ചുടുനിണ നിറമാർന്ന ദാവണിത്തുമ്പും

ഈറൻ മുടിച്ചുരുളിലെ തുളസിയും
മിഴിയിണക്കോണിലെ നറും ചിരിയും
തുടുചെമ്പകനിറമാർന്ന നാണവും

കുപ്പിക്കരിവളക്കിലുക്കവും
നേർത്തൊരു ധൂമസുഗന്ധവും
ഒളിമിന്നി തിളക്കമാർന്നൊരാ
പവിഴമൂക്കുത്തി തൻ പൊൻവെട്ടവും
ഒരു മിന്നലൊളിയായെന്നിലെ
ഭക്തന് നിറവിന്റെ ദേവീദർശനമായ്
ഒരു ജന്മപുണ്യമായ് സുകൃതമായ്
സാന്ധ്യശോഭയിൽ തെളിയുന്ന രൂപം

നിർന്നിമേഷനായ് ഞാൻ നോക്കിനില്ക്കേ-
യകക്കണ്ണിലും നിറയുന്നു കനിവിന്റെ ശ്രീഭദ്ര
പതിയെ മിഴിപൂട്ടിയേകാഗ്രമായൊരു
തപസ്സിൻ തലത്തിൽ ഞാനെത്തി നില്ക്കെ
ഒരു വേള കൺചിമ്മി നോക്കുമ്പോഴാ
നെയ്‌വിളക്കിൻ പ്രഭ മാത്രം ബാക്കിയായ്
കനവിന്റെ മായികലോകത്തു നിന്നുമാ
പ്രിയമാർന്നൊരാമുഖം മാഞ്ഞുപോയ്

പുതുമണിച്ചെപ്പിലെ മഞ്ചാടിമുത്തു
പോലെന്നിലെ പ്രണയി തൻ കരളിൻ
അകക്കാമ്പിലെന്നേക്കും കരുതിവച്ചു
ഞാനാ രൂപവും നിറസന്ധ്യയും,
പിന്നെ നേർത്തൊരിരുൾ മൂടും
പാതവക്കിലേറെനാൾ തനിച്ചു
വീണ്ടുമൊരു കുറി കാണുവാൻ
വൃഥാ കാത്തുനിന്നതും

മറവിയിലാഴാത്തൊരോർമ്മയായ്
ഹൃദയമിടിപ്പോടൊപ്പമേറെനാൾ
ഒരു നിഴലുപോൽ കൂടെ നടന്നതും നീണ്ട
മരുയാത്രയിലെപ്പോഴോ കൈവിട്ടുപോയതും
ഒരു ചെറു കാറ്റായിന്നെന്നെത്തലോടി
ഒരു ചെറു ചിരിക്കൊപ്പമിന്നെന്നുള്ളിൽ
ഒരു നറും നിലാവായ് പതിയെ തെളിയുന്നു
ഒരു മനോജ്ഞമാം ഗതകാലസ്വപ്നം പോൽ.

അവൻ

വാരികത്താളിലെയക്ഷരങ്ങൾക്ക്
മറുമൊഴിയായ്
നിലയ്ക്കാത്ത ചോദ്യങ്ങളുമായ്
അവിചാരിതമായെത്തിയവൻ!

'തന്റെയക്ഷരങ്ങൾ പെരുത്തിഷ്ടമാണെടോ-
കുഞ്ഞേച്ചീ'യെന്നെന്റെവരികളിലേക്ക്
അനുവാദംകാക്കാതെ
കടന്നു കയറിയവൻ!

കണ്ണിൽലഹരിതീർത്ത മയക്കവും
കൈയിൽ പുസ്തകക്കെട്ടുമായ്
പലകുറിയെന്നെ കാണാൻ
വിളിക്കാതെ വന്നവൻ!

ഞാനെഴുതിയവരികൾക്കെല്ലാം
കരിക്കറുപ്പിലും നിണച്ചുവപ്പിലും
സമസ്യകൾ പോലെ
വരകളൊരുക്കിയവൻ!

കവിതകളൊന്നാകെവെളിച്ചം കാണാൻ
എഴുതിയചിത്രങ്ങളുമായ്
എനിക്കായ്
പ്രസാധകരെ തേടിയലഞ്ഞവൻ!

മൗനത്തിന്റെ നീണ്ടിടവേളകൾ-
ക്കൊടുവിൽകടുംനിറങ്ങൾ
ചാലിച്ച ചിത്രങ്ങളവനെ
എന്നേക്കും നിശബ്ദനാക്കിയോ?

അക്ഷരക്കൂട്ടുകളിൽവിരിഞ്ഞ
ഉന്മാദമവനെ തീരാത്ത-
ഭ്രാന്തിന്റെ ഇരുൾമുറികളിൽ
എന്നേക്കും തളച്ചുവോ?

ഇന്നിനോടുള്ളകലഹം
സ്വരങ്ങളാക്കി,
ഒടുങ്ങാത്ത കലാപങ്ങൾ
ചോദ്യങ്ങളാക്കി,
ഉന്മാദത്തിന്റെ മായക്കാഴ്ചകൾ
വാക്കുകളാക്കി,
ലഹരിതീർത്ത നുണകൾ
അക്ഷരങ്ങളാക്കി,
ഭ്രാന്തിന്റെ കല്പനകൾ
പൊട്ടിച്ചിരികളാക്കി,
`കുഞ്ഞേച്ചീ'യെന്ന നറുംസ്നേഹം
വിതുമ്പലാക്കി

അവന്റെ നിശ്ശബ്ദ നിലവിളികൾ
നിരന്തരംചുവന്നൊഴുകുമൊരു
മുറിവിന്റെ നീറ്റലായെന്റെ
സിരകളിൽ നിറയുന്നു!

എനിക്കായൊരു മഴ

പതിയെ, തണുവുള്ള
മന്ദഹാസം പോലൊരു
ചെറുനിലാത്തുള്ളിയെൻ
നിറുകയിലിറ്റുന്ന പുണ്യമായ്

മുറുകും വീണക്കമ്പിയിലാരോ
മൃദുവാർന്ന തൂവലാൽ
തലോടുമ്പോഴുണരുന്ന
നേർത്തൊരു കളനാദമായ്

മുളംതണ്ടിൽമുറിവിലിളം-
കാറ്റുമുരളുന്ന മന്ദ്ര-
മായൊരുവേണുഗാനത്തിൽ
പടരുന്ന ലഹരിതൻ ലയമായ്

പ്രണയത്തുടുവിരൽ പതിയെ
തൊടുമ്പോഴൊരുലജ്ജയാൽ
മിഴികൂമ്പുമാമ്പൽമൊട്ടിൽ
നിറയുന്ന മുഗ്ദ്ധമൗനമായ്

ഒരുകുഞ്ഞിളംതെന്നലിൽ
പൊഴിയുമിലച്ചാർത്തിൻ
ചെറുതുടിപ്പാർന്ന മധുര-
ഗൂഢസ്മിതമായ്

ഒരുമേഘത്തുണ്ടിൽ നിന്ന-
ടർന്നെന്റെമുറ്റത്തു
ചിതറിത്തെറിക്കുംമഴവിൽ
ചെറുചിരിയൊച്ചയായ്

ഇരുളിൽമിഴിവാർന്നു
മദിക്കുമൊരുമിന്നലൊളിക്കൊപ്പം
തെളിനീരായൊരുമഴയെനിക്കു
മാത്രമായിവിടിപ്പൊഴും പെയ്തുതോരാതെ.

9 789386 637901

Printed by Libri Plureos GmbH in Hamburg,
Germany